गोष्ट डॉटकॉम

प्रचंड भोपळ्यातला राक्षस

आणि इतर बोधकथा

ज्ञानदा नाईक

हे पुस्तक **माझं** आहे.

मेहता पब्लिशिंग हाऊस

PRACHAND BHOPLYATLA RAKSHAS ANI ITAR BODHKATHA by Dnyanada Naik

प्रचंड भोपळ्यातला राक्षस आणि इतर बोधकथा / बालसाहित्य

प्रकाशक : सुनील अनिल मेहता
मेहता पब्लिशिंग हाऊस, १९४१, सदाशिव पेठ,
माडीवाले कॉलनी, पुणे ३०.
☎ ०२०-२४४७६९२४
E-mail : author@mehtapublishinghouse.com
Website : www.mehtapublishinghouse.com

मुद्रक : स्पेक्ट्रम ऑफसेट, एरंडवणा, पुणे ०४

प्रथमावृत्ती : एप्रिल २०१९

मुखपृष्ठ व आतील चित्रे : घन:श्याम देशमुख

पूर्ण संचाची किंमत : ₹ २८०

ISBN : 9789353172312

चार पुस्तकांचा संच

संकल्पा आणि यमुआजी

संकल्पा शाळेतून आली. पाहते तर आई जरा वैतागलेली दिसली. संकल्पा घरात आली. आईने टेबलावर ठेवलेले दूध तिने पिऊन टाकलं. बिस्किटं खाल्ली. ती नेहमीप्रमाणे यमुआजीच्या खोलीत डोकावली. कारण नेहमी ती शाळेतून आली की यमुआजी तिची वाट बघत बसलेली असायची. स्वत:च्या उशीखालून एक स्क्वेअर चॉकलेट संकल्पाला देऊन ती म्हणायची, ''आज काय काय घडलं म्हणे आमच्या राणीच्या शाळेत?'' आणि मग संकल्पा शाळेत घडलेल्या सगळ्या गोष्टी यमुआजीला सांगायची. अगदी शास्त्राच्या प्रयोगशाळेत केलेले प्रयोगसुद्धा ती समजावून सांगायची. यमुआजीला HCl, H2O2... वगैरे काही कळायचं नाही. तरीसुद्धा नातीचं सगळं सगळं ती खूप कौतुकाने ऐकायची. प्रश्न विचारायची. तिची पाठ थोपटायची. वाहवा करायची.

शाळेतून येऊन दूध पिऊन झाल्यावर आईनं संकल्पाला विचारलं, "अगं संकल्पा, आजीची जेवणाची पांढरी थाळी कुठे सापडत नाहीये. त्यामुळे आज जेवण नाही देता आलं. तू पाहिलीस का कुठं?" यमुआजीसाठी राहायला एक अंधारी खोली होती आणि तिला काचेच्या डिशमध्ये काळजीपूर्वक जेवता येणार नाही. सेटमधली डिश फोडेल म्हणून आईने तिच्यासाठी पांढरी एनामल्ड थाळी आणली होती. त्या थाळीत आजीला जेवताना पाहून संकल्पाला नेहमी फारच वाईट वाटायचं.

तिचा मित्र अक्षय एकदा तिला म्हणाला, "तुझी आजी ज्या ताटात जेवते तशाच ताटात आमचा टॉमी खातो. अगं, ती कुत्र्यांची डिश असते."

संकल्पाला फार रडायला आलं होतं. पण आईचा स्वभाव कडक होता. बाबासुद्धा घाबरायचे आईला काही सांगायला. आई यमुआजीशी कधी फारशी बोलायची नाही. बोलली तरी धमकी दिल्यासारखी. बिचारी यमुआजी कधी कसली तक्रार करायची नाही की कधी काही मागायची नाही.

आई थाळी शोधतेय हे पाहून संकल्पा म्हणाली, "अगं आई, मीच ती थाळी माळ्यावर ठेवून दिली काल."

"का?" आईने आश्चर्याने विचारले.

"अगं, तू म्हातारी झालीस यमुआजीसारखी की तुला त्यात जेवण देता

येईल. तूसुद्धा फोडशीलच ना डिनर सेटमधली चांगली डिश दिल्यावर.'' संकल्पा म्हणाली. त्या रात्री आईने यमुआजीला सर्वांबरोबर डिनर सेटच्या डिशमध्ये जेवण दिलं.

मोठ्या माणसांचं वागणं नेहमीच बरोबर असतं असं नाही. काही वेळा त्यांचंही काही बाबतीत चुकतं. उद्धटपणा न करता नम्रपणे त्यांची चूक आपण लक्षात आणून देणं चुकीचं नाही.

संकल्प : मला एखादी गोष्ट अयोग्य वाटली तर मी ती लक्षात आणून देईन.

फुलपाखरू, फूल आणि झुळूक

एके दिवशी एक फुलपाखरू शार्दुलीकडे आलं. तिच्याभोवती भिरभिरलं.

"माझ्याशी खेळतेस? मी फुलांवर बसेन, फांदीवर झोके घेईन, हवेत तरंगेन; तू मला पकडायचंस. मी तुला चकवत पुढेपुढे जाईन. गंमत येईल."

"छे रे बाबा, आईला मदत करायचीय. कणीक मळायचीय, लोणी काढायचंय, भाजी निवडायचीय, मग ती चॉकलेट देईल," शार्दुली म्हणाली.

फुलपाखरू हिरमुसलं आणि गेलं पुन्हा उडून. जाऊन बसलं फांदीवर. वाऱ्याची झुळूक आली. बागेत शार्दुलीला पाहून म्हणाली, "ए मुली, येतेस का गं माझ्याशी खेळायला?"

"नको गं बाई, आजीच्या गोष्टी ऐकायच्या आहेत. तिनं किनई मला प्रॉमिस केलंय आज गोष्ट सांगेन म्हणून. मला आजीच्या गोष्टी ऐकायला खूप आवडतं." तिला पाहून शार्दुली म्हणाली.

वाऱ्याच्या झुळकेनं एक गिरकी घेतली. ती म्हणाली, ''बरं बाई, मी फुलांना, पानांना झोके देईन. पाण्यावर लहरी उठवून त्यांच्याशी खेळेन. पक्ष्यांबरोबर आकाशात फिरेन. शेतांना डुलायला लावेन. पाचोळ्याला नाचायला लावेन.''

बागेतलं फूल शार्दुलीच्या खिडकीत हळूच डोकावलं. म्हणालं, ''शार्दुलीराणी, चल गं वेलींवर बसून झोके घेऊ. गंधांची गाणी गाऊ. पक्ष्यांशी गुजगोष्टी करू. इवलीशी पाखरं येतात माझ्याकडे मध मागायला. त्यांच्याबरोबर मनसोक्त गप्पा मारू. त्यांच्या सहलींच्या गोष्टी ऐकू.''

''नको रे बाबा! आज आईबाबा मला शॉपिंगला नेणार आहेत. किती किती नव्या गोष्टी आणायच्या आहेत मला. शिवाय आम्ही पाणीपुरी आणि एसपीडीपीसुद्धा खाणार आहोत.''

''एसपीडीपी म्हणजे?'' चकित होऊन फुलानं विचारलं.

''अरे, एवढंही माहीत नाही का तुला? शेवपुरी-दहीपुरी! शिवाय नंतर आइसक्रीमसुद्धा खायचंय आम्हाला!''

फूल थोडंसं कोमेजलं. थोडंसं हिरमुसलं. वाकल्या देठाने खिडकीपासून दूर झालं. शार्दुली उड्या मारत आईकडे गेली, ''आई, मला चॉकलेट दे.''

''नाही गं बाई.'' आई म्हणाली. शार्दुली हिरमुसली.

''फुलपाखरू असंच हिरमुसलं,'' आई म्हणाली.

''आजी, गोष्ट सांग ना गं? कंटाळा आला गं फार,'' म्हटल्यावर आजी शार्दुलीला म्हणाली, ''वाऱ्याच्या झुळकीलाही कंटाळा आला होता. तू कुठं गेलीस तिच्याशी खेळायला.''

शार्दुलीनं दोघींचा नाद सोडला. बाबा येताच त्यांचं बोट पकडून म्हणाली, ''पाणीपुरी, एसपीडीपी, आइसक्रीम, शॉपिंग...! केव्हाची वाट बघतेय मी.''

''शार्दुलीताई, फूल बिचारं कोमेजलं, हिरमुसलं. मी तुला नाही म्हटल्यावर तूही अशीच हिरमुसशील,'' बाबा म्हणाले.

"नाही हो बाबा, मी फुलांशी, वाऱ्याशी, फुलपाखरांशी गट्टी करेन." शार्दुली म्हणाली.

बाबा सगळ्यांना घेऊन घराबाहेर पडले.

निसर्ग आपल्यावर प्रेम करतो, कारण आपण सगळे निसर्गाचाच भाग असतो. आपण मात्र हे विसरतो आणि निसर्गापासून दूर जातो. निसर्गावर अन्याय करतो. त्याच्याकडे दुर्लक्ष करतो. त्याचा गैरवापर करतो. खरं तर निसर्गापासून आपल्याला केवढातरी आनंद मिळतो. शिक्षण मिळतं. प्रसन्नता मिळते.

संकल्प : मी निसर्गाला विसरणार नाही.

प्रचंड भोपळ्यातला राक्षस

आतुल्या आणि मातुल्या गावाबाहेर धनुष्यबाण घेऊन खेळत असताना त्यांना भोपळ्याच्या वेलीला लागलेला प्रचंड मोठा भोपळा दिसला. आतुल्याला तो प्रचंड भोपळा फारच आवडला.

''मी असा भोपळा कधीच पाहिला नव्हता.'' तो डोळे विस्फारून म्हणाला.

मातुल्या मात्र भोपळा बघून मुळीच चकित झाला नव्हता. तो म्हणाला, ''अरे, माझे आजोबा सांगतात, की अशी कुठलीही नेहमीपेक्षा वेगळी, विचित्र गोष्ट दिसली तर हात लावू नये. ती जादूची असते. त्यांनी मला जादूच्या भोपळ्यात राहणाऱ्या दुष्ट राक्षसाची गोष्टही सांगितली होती. चल बाबा, आपण घरी जाऊ या. ही जागाच मला मंतरलेली वाटते.''

''ह्यं, कसला भित्रू आहेस रे तू. मी हा मोठा भोपळा तोडून घरी नेणार. आई खूश होईल. जेवणही चांगलं होईल.'' आतुल्या ठामपणे म्हणाला.

मातुल्या पुन:पुन्हा नको म्हणत असतानाही त्याने खटाटोप करून भक्कम, जाड देठापासून तो प्रचंड भोपळा तोडला. तोडल्याबरोबर गडगडत भोपळा आतुल्याच्या अंगावर आला आणि भोपळ्याने त्याला आडवा केला. घाबरून ओरडत मातुल्या गावाच्या दिशेने पळाला. आतुल्याही त्या धक्क्यातून सावरून उभा राहिला आणि मातुल्याच्या मागून पळत सुटला. पळताना त्यांनी मध्येच पाठीमागे वळून पाहिले. भोपळाही त्यांच्या मागे येत होता. खूप वेगाने, रागावल्यासारखा तो कोलांट्या खात येत होता. भयंकर मोठ्याने किंचाळून दोघे अगदी जीव खाऊन पळू लागले आणि अचानक ते खचले. त्यांच्या लक्षात आलं, की भीतीच्या भरात ते त्यांच्या गावाच्या अगदी विरुद्ध दिशेने पळत होते. गाव आता दूर राहिलं होतं. कोण त्यांना वाचवणार? रडत, ओरडत ते नदीकाठी पोहोचले. एक छोटी होडी उभी होती. त्यात उडी मारून ते होडीवाल्याला म्हणाले, “आम्हाला पलीकडे ने. जादूचा भोपळा आमचा पाठलाग करतोय.” होडीवाल्याने साऱ्या बळानिशी वल्हं मारायला सुरुवात केली. तोपर्यंत नदीत उडी मारून भोपळाही पाठोपाठ येऊ लागला. किनारा दिसताच त्यांनी उड्या

मारल्या. दोघेही गवतात आदळले. उठून ठेचकाळत धावू लागले. भोपळा दिसेल ते चिरडत, आवाज करत मिनिटागणिक जवळ येत होता. आतुल्या-मातुल्या एका गावात शिरले. चावडीवर गावचा प्रमुख आणि वडीलधारी गप्पा मारत बसली होती. तिथे जाऊन धापा टाकत त्यांनी 'वाऽचऽवाऽ' म्हणून आक्रोश केला. वडीलधाऱ्यांनी ऐकलं होतं, की दुष्ट राक्षस गुहेत राहण्याचा कंटाळा आला की भोपळ्यात राहतात. सगळे एकत्र आले लाठ्या, काठ्या, तलवारी घेऊन. मुलांना त्यांनी पाठीशी घातले. गावप्रमुख म्हणाला, ''आज पोरांवर आली ती पाळी उद्या गावावरही येईल. आपण एकजुटीने दुष्ट राक्षसाविरुद्ध लढू या.''

तेवढ्यात प्रचंड भोपळा तिथे आला. ''माझी शिकार परत द्या,'' त्याने गर्जना केली. गावप्रमुखाने आज्ञा दिली, ''हल्ला करा.'' सारे भोपळ्यावर तुटून पडले आणि त्याची शकले उडाली. आतुल्या-मातुल्या आनंदात घरी परतले.

दुसऱ्यावर जे संकट आलं, ते उद्या आपल्यावरही येऊ शकतं. बघ्याची भूमिका न घेता संकटात असलेल्यांना नेहमी मदत करावी.

संकल्प : मी इतरांना मदत करीन.

बिचारा शंतनू

"तू गप्प बस आता. अगदी वैताग आलाय तुझं ओरडणं ऐकण्याचा. सतत कसली कटकट तुझी." रागाच्या भरात शंतनूच्या तोंडून शब्द निघून गेले आणि आईचा श्वास आतच अडकला. आ वासून तिने बधिर मनाने आपल्या मुलाचा शब्दांचा भडिमार ऐकला. मग मात्र हळूहळू तिच्या रागाचा पारा चढत गेला. आपला मुलगा आपल्याला अशा भाषेत बोलू शकतो हेच तिला खरं वाटेना. संतापाने, अविश्वासाने तिचा चेहरा वेडावाकडा झाला. शंतनूच्या मनात आलं आता आपलं काही खरं नाही. भावनेच्या भरात आपला असा तोल सुटायला नको होता. पण आता असं वाटून उपयोग नव्हता.

"पुन्हा बोल, काय म्हणालास," आई संतापाने ओरडली. "जा, आत जा! माझ्या डोळ्यासमोर तू मला नको आहेस."

शंतनू मुकाट्याने आत गेला. बाबा ऑफिसमधून कुठल्याही क्षणी येतील. आल्यावर त्यांचं लेक्चर ऐकावं लागणार. आईशी कसं वागावं... अपमान

केलास तर माफी माग... कान पकड... शंतनूच्या डोळ्यासमोर चित्र उभं राहिलं.

बारा वर्षांच्या शंतनूचे आईशी असे वारंवार खटके उडायचे. ती वारंवार शाळेत यायची. त्याच्या बेसबॉल मॅचला येऊन आरडाओरड करत त्याला प्रोत्साहन द्यायची. त्याला गृहपाठात, चाचणी परीक्षेत कमी मार्क मिळाले, तर त्याची उत्तरपत्रिका घेऊन शाळेत यायची आणि वर्गशिक्षकांशी वाद घालायची. शंतनूला ते मुळीच आवडायचं नाही; कारण मुलं त्याची चेष्टा करायची. तो सहावीत असताना आई व्हॉलेंटियर म्हणून शिक्षकांना मदत करायला त्यांच्या वर्गाच्या सहलीला आली आणि मुलांनी त्याला चिडवून त्याचा मूड खराब केला. आई ही एकटीच पालक होती त्या सहलीत. किती सहन करायचं. कशाला ही येते शाळेत? शंतनूने विरोध केला. तर आई चकित होऊन म्हणाली, "अरे इतरांचे आईवडील लक्षही देत नाहीत. मी एवढं आपुलकीनं, काळजीनं करते तर वर मलाच येऊ नको म्हणतोस? कमाल आहे तुझी. उलट खूश व्हायला हवंस तू. मी एवढं लक्ष घालते म्हणून तुला चांगले मार्क मिळतात."

शंतनू स्वत:शीच म्हणाला, ‘ती चांगली आहे, पण मला जे आवडत नाही ते ती करते. ती मला समजून घेत नाही. आणि मला ती कळत नाही.’

आईने ऑफिसातून वैतागून, दमून आलेल्या बाबांकडे घरात पाय ठेवल्यावर तक्रार केली. त्यांचा पारा चांगलाच चढला. शंतनूच्या उर्मट वागण्यावर संतापून ते त्याला फार रागावले. शंतनूने पाहिलं की आई स्वयंपाकघरात चहा करताना सगळं लक्षपूर्वक ऐकत होती. घरातले वातावरण बिघडून गेलं. बाबांचा पारा बराच वेळ चढलेलाच होता. आपण मुलाची एवढी काळजी घेतो तरी त्याला त्याचे काही नाही, उलट कटकट वाटते म्हणून आई फणफणत राहिली. बिचारा शंतनू आई-बाबा दोघेही आपल्याला समजून घेत नाहीत म्हणून दु:खी झाला.

पालकांनी आणि मुलांनी एकमेकांना समजून घेतलं नाही तर घरातला आनंद निघून जातो.

संकल्प : मी आईवडिलांशी मला न आवडणाऱ्या गोष्टींबद्दल मोकळेपणाने बोलेन.

स्वप्नजाचा आजार

स्वप्नजाला शाळेच्या अभ्यासाबरोबर इतर प्रत्येक गोष्ट करायची असे. ती कराटे क्लासला जायची. खूप हिंदी चित्रपट पाहून तिला गाणी फार आवडायला लागली. प्रज्ञाचं ऐकून, आईच्या मागे लागून तिने भट सरांचा गाण्याचा वर्ग सुरू केला. शाळेच्या नाटकात कुमारमुळे ती भाग घेई. रोज तालमी चालत. चित्रकलेच्या स्पेशल क्लासबरोबर ती निसर्गचित्रं रंगवायला दर रविवारी पहाटे उठून जायची. पोहण्याच्या स्पर्धेत नैपुण्य मिळवण्याचा तिने पण केला होता. त्याशिवाय तिला बेसबॉलच्या शाळेच्या टीममध्ये जायचं होतं. पर्यावरणासाठी काम करणाऱ्या संस्थेत तिने नाव नोंदवलं होतं.

आठवीच्या वर्गातला तिचा पहिला दिवस होता. आपल्या दिसण्याबद्दल ती फार जागरूक असे. हा फ्रॉक नको, ते कपडे नकोत, हा स्कर्ट-ब्लाऊज मला फार चांगला दिसत नाही. आज पहिला दिवस! छान दिसू या म्हणून कपडे घालून पाहत ती आरशासमोर गेली आणि मोठ्यांदा किंचाळली. तिच्या सगळ्या अंगावर

इंद्रधनुष्याच्या रंगांचे पट्टे उमटले होते. आई धावत आली. तिच्या कपाळाला हात लावून पाहिला. तिचा अवतार पाहून घाबरून आईने तिला पांघरूण घालून झोपवलं. बाबांनी डॉक्टरांना फोन केला. देशपांडे डॉक्टर आले. ''सर्दी? थंडी, गळून जायला झालंय? झोप येतीय, धाप लागतेय, कुठं दुखतंय, घसा, डोळे, जीभ पाहू? एक मलम देतो ते लावा. उद्या शाळेला जाऊ द्या.''

दुसरे दिवशी स्वप्नजा शाळेत गेल्यावर सगळ्यांच्या चर्चेचा विषय झाली. अनेक गोष्टी करत असल्याने तिच्या ओळखीही खूप होत्या. वर्गातली मुलं चिडवायला लागली.

''पट्टेवाली.'' एक जण म्हणाला.

''ठिपके का नाहीत.'' दुसरा म्हणाला.

''चित्रांनी अंग रंगव की.'' तिसरा म्हणाला. आणि टीव्हीचे चॅनेल बदलावेत तसे स्वप्नजाच्या अंगावर ठिपके आले. मग चित्रं उमटली.

''बुद्धिबळाचा पट.'' कुणी म्हणाला. तसा काळ्यापिवळ्या चौकोनांनी ती रंगली. हेडमास्तरांनी बाबांना फोन करून तिला घरी न्यायला सांगितलं.

“सगळं ठीक होईल, बरं राजा! आपण तज्ज्ञांचं मत घेऊ. तुला बरं करू.” बाबा म्हणाले.

पोटाचे, डोक्याचे, हाडांचे, कातडीचे... कितीतरी तज्ज्ञ आले. त्यांनी तपासलं. रंगबिरंगी गोळ्या देऊन गेले. कुणी म्हणालं ‘व्हायरस’; कुणी म्हणाले ‘बॅक्टेरिया’; कुणी म्हणाले ‘फंगस’. बातमी पसरली. चॅनेलवाल्यांनी कॅमेरे घेऊन घराबाहेर गर्दी केली. मानसोपचारतज्ज्ञ, आहारतज्ज्ञ आले. घरी गर्दी, बाहेर गर्दी. आईबाबांना काय करावं कळेना झालं. दारावर टकटक होऊन एक छोटीशी आजी आली. “मी मदत करू?” तिने विचारलं. स्वप्नजाशी गप्पा मारताना आजीला कळलं की स्वप्नजाला सगळंच करायचंय. गायक, चित्रकार, खेळाडू, जलतरणपटू, अभ्यासू... अशा अनेक गोष्टी केवळ इतर सांगतात आणि करतात म्हणून ती करायला धडपडायची.

आजी म्हणाली, “प्रत्येक जण तुला सल्ला देईल, सगळंच कसं जमणार तुला. तू काही इंद्रधनुष्य नाहीस, प्रत्येक रंग स्वत:मध्ये असायला! प्रत्येकाचा स्वत:चा असा एक रंग असतो, आवड असते. तिचा शोध घे. आपल्याला काय

व्हायचं आहे ते ठरव आणि एक दिशेनेच साऱ्या शक्तिनिशी प्रयत्न करत राहा. इतर गोष्टी केवळ छंद म्हणून फावल्या वेळात कर.''

आजीचं बोलणं स्वप्नजाला जसजसं पटत गेलं, तसतसे तिच्या अंगावरचे रंग नाहीसे होत गेले.

मित्रांच्या, वडीलधाऱ्या मंडळींच्या सांगण्यानुसार आपल्याला सर्व काही करावंसं वाटतं, पण असं करत असताना आपली आवड, क्षमता लक्षात घेणं आवश्यक असतं. आपल्याला आवडणाऱ्या गोष्टींचा शोध घेऊन तिचा अधिक अभ्यास करणं चांगलं.

संकल्प : स्वत:ला आवडणाऱ्या गोष्टींचा मी शोध घेईन.

भोपळ्याची मुलं

(आफ्रिकन लोककथा)

उंच डोंगराच्या पायथ्याशी छोटासा गाव होता. तिथे एक म्हातारी एकटीच राहायची. नवरा कधीच मरून गेला होता. म्हातारपणी शेत, कोंबड्या, शेळ्या सगळ्यांची एकटीच देखभाल करायची. सूर्य उगवायच्या आधी तिचा दिवस सुरू व्हायचा. घर, अंगण झाडायचं, सडा शिंपडायचा, नदीवरून पाणी आणायचं, जंगलातून लाकडं आणायची, अन्न शिजवायचं. थोडी जमीन होती नदीकाठी. त्यात भाजीपाला करायचा. केळीची लागवड होती. दिवसाचा सारा वेळ खुरपणी, पाणी घालणं, भाजी तोडणं यात जायचा. ती कळवळून म्हणायची, "डोंगरदेवा, माझ्या पोटी मुलंमुली का रे बाबा नाही दिलीस? माझ्या म्हातारीच्यानं हे सगळं नाही उरकत रे बाबा!"

"डोंगरदेवानं हिच्यावर कोप केला असणार, म्हणून ही म्हातारपणी एकटीच उरली." गावातल्या बायका म्हणायच्या. आफ्रिकेतल्या त्या भागातल्या लोकांचा विश्वास होता, की उंच डोंगर त्यांची काळजी घेतो. म्हणून ते डोंगरदेवाला सकाळ, संध्याकाळ आठवायचे. म्हातारीही रोज म्हणायची, "डोंगरा, तुला दया कशी येत नाही. मला मदतीला कुणीतरी हवंय रे!"

डोंगरदेवाने तिची प्रार्थना ऐकली. एके दिवशी म्हातारीच्या दारात काठी घेतलेला उंच माणूस आला. "मला डोंगरबाबानं पाठवलंय. तू तुझ्या शेतात लांबडे भोपळे येणारे वेल लाव, असा निरोप आहे. डोंगरबाबाने तुझी प्रार्थना ऐकली आहे. भोपळे लागले की, तुझं नशीब उजळेल."

म्हातारीने वेल लावले. निगा केली. वेलींना भोपळे आले तसे ते तोडून तिने घरी आणले. आतला गर काढून सुकायला ठेवले. आफ्रिकेत उंच मानेचे हे भोपळे सुकवून पाणी भरण्याची भांडी म्हणून वापरतात. एक फारच छान भोपळा होता तो चुलीपाशी ठेवून, बाकीचे भोपळे आढ्याला टांगून ती कामाला गेली आणि

चमत्कार झाला. चुलीजवळच्या भोपळ्याचा मुलगा झाला. त्याने आढ्यावरचे भोपळे खाली काढल्यावर त्यांचीही मुलं-मुली झाली. हसत, दंगा करत त्यांनी घरची सगळी कामं आवरली आणि संध्याकाळी पुन्हा त्यांचे भोपळे झाले. म्हातारी घरी आली. पाहते तो सगळी कामं झाली होती. शेजाऱ्यांना तिने विचारलं. ते म्हणाले, ''बरीच मुलं काम करीत होती. संध्याकाळी गेली.''

म्हातारी दुसऱ्या दिवशी शेतावर गेल्यासारखं लपून बसली. पाहते तो चुलीजवळच्या भोपळ्याचा मुलगा झाला. बाकीचे भोपळेही मुलं झाली आणि घर झाडू लागली. हां हां म्हणता आनंदाने त्यांनी सगळी कामं केली. म्हातारी घाईने बाहेर आली. म्हणाली, ''बाळांनो, अरे माझी लेकरं आहात तुम्ही! थांबा, मी जेवण करते तुमच्यासाठी.''

तिनं डोंगरदेवाचे लाख लाख आभार मानले. सारे जण जेवून झोपले. सगळी मुलं काम करायची, फक्त शेगडीजवळच्या भोपळ्याचा किट्टे हा मुलगा काही

करायचा नाही. म्हातारीला त्याचा राग यायला लागला. एकदा बाहेरून घरात शिरताना शेगडीशी झोपलेल्या किट्टेला अडखळून ती पडली आणि चिडून ओरडली, ''पाण्याची भांडी होण्याचीच लायकी आहे तुमची. उगाच मी जेवूखाऊ घालत बसते.'' तिचं ओरडणं किंकाळीत बदललं. कारण सगळ्या ठिकाणी फक्त भोपळे होते. मुलं नाहीशी झाली होती.

निसर्ग आपल्याला खूप देत असतो. त्याची जाणीव आपण ठेवली पाहिजे. आपण निसर्गाशी जसं वागतो, तसं निसर्ग आपल्याशी वागतो. निसर्गाशी प्रेमाने वागण्यातच आपलं भलं असतं.

संकल्प : निसर्ग जे देईल त्याचा मी आदर करेन.

अक्षदा आणि हॉस्टेल

आठ वर्षांच्या अक्षदाला शाळेच्या हॉस्टेलमध्ये ठेवण्याचा निर्णय घरात घेतला गेला. अक्षदा हॉस्टेलमध्ये राहायला आली. हॉस्टेल छान होतं. पण अक्षदा फार दु:खी झाली. तिला वाटलं की घरच्यांना ती आवडत नाही, म्हणून तिला घरातून दूर ठेवलं. तिला घरच्यांचा राग यायला लागला. ती अभ्यासाकडे नीट लक्ष देईना. मित्रमैत्रिणींशी भांडू लागली. वैतागून एकदा तिने घरी पत्र पाठवलं -

'प्रिय आईस, मला इथे हॉस्टेलवर राहायला आवडत नाही. तू मला घरी घेऊन जा. मला न्यायला जर कोणी आलं नाही, तर मी ओडोमॉस खाऊन जीव देईन - तुमची अक्षदा.'

पत्र वाचून आईबाबांना फार वाईट वाटलं. आईची प्रकृती वारंवार बिघडते. सतत हॉस्पिटलमध्ये जावं लागायचं. घर सांभाळताना बाबांची फार तारांबळ

उडायची. या सगळ्या धावपळीत अक्षदाकडे, तिच्या अभ्यासाकडे लक्ष कोण देणार? तिला शिस्त लावणं, तिच्यावर चांगले संस्कार करणं यासाठी वेळ कुठून काढणार? तिच्याकडे दुर्लक्ष झालं तर तिचं व्यक्तिमत्त्व योग्य प्रकारे फुलणार नाही असा विचार करूनच तिला उत्तम शाळेच्या हॉस्टेलमध्ये ठेवण्याचा निर्णय घेतला होता. पत्र वाचून बाबा आईला म्हणाले, "तू काळजी करू नकोस. तिच्या भल्यासाठीच आपण तिला दूर ठेवलं आहे. मी बोलेन तिच्याशी."

मध्ये चार दिवस गेले. बाबा रविवारी अक्षदाला भेटायला जाणार होते. त्याआधीच अक्षदाचं दुसरं पत्र येऊन थडकलं.

'आईबाबांना सप्रेम नमस्कार, मी पत्र पाठवूनही तुम्ही मला न्यायला आला नाहीत. त्यामुळे मी बूटपॉलिश पिऊन मरून जाणार आहे. मला वाटतं, तुम्हाला मी मुळीच आवडत नाही. म्हणून मला तुम्ही इथे ठेवले आहे... अक्षदा.'

पत्राखाली रडक्या चेहऱ्याचं चित्र काढलेलं होतं. बाबा फार अस्वस्थ झाले. त्यांनी ऑफिसला सुट्टी काढली. अक्षदाच्या मुख्याध्यापिकांना भेटून, त्यांची

परवानगी काढून अक्षदाला बाहेर घेऊन गेले. दोघे मिळून रेस्टॉरंटमध्ये जेवले. पुस्तकाच्या दुकानात जाऊन पुस्तके खरेदी केली. मग एका बागेत गप्पा मारत बसले. पूर्वी मुलांना कसं गुरुगृही पाठवायचे शिक्षणासाठी, तिथे सगळ्या कामांचं शिक्षण मिळायचं, मुलं हुशार होऊन शिक्षण पूर्ण करून घरी परतायची आणि मग त्यातला कुणी मोठा राजा झाला, कुणी महान ॠषी झाला, कुणी गणिती झाला, याच्या गोष्टी बाबांनी तिला सांगितल्या. हे कुमार घरी वाढले असते, तर आश्रम स्वच्छ करणं, लाकडं आणणं, पाणी आणणं अशी कामं शिकले नसते. आश्रमात फक्त अभ्यासावरच लक्ष केंद्रित होई. ते झालं नसतं...

अक्षदा म्हणाली, ''बाबा, मीही सारे काही शिकून खऱ्या अर्थाने मोठी होऊन घरी परत येईन.''

संध्याकाळ होत आली होती. दोघे हातात हात घालून हॉस्टेलकडे निघाले.

आई-वडील आपल्या मुलांच्या भल्याचा आणि भविष्याचा विचार नेहमीच करत असतात. मुलांना हे लक्षात येत नाही. आपल्यावर अन्याय होतोय असं वाटून ती विनाकारण दुःखी होतात.

संकल्प : माझ्या मनातलं घरच्यांशी मी मोकळेपणाने बोलीन. विनाकारण दुःखी होणार नाही.

पिझ्झा, बर्गर आणि पुष्पाआजी

सुट्ट्या लागल्या म्हणून आहान पुण्याला आजीकडे राहायला आला होता. दिवसभर खेळायचं, संध्याकाळी अंधारून आलं की घरी यायचं, टीव्ही पाहायचा, पुस्तकं वाचायची, असे त्याचे दिवस आनंदात चालले होते. आजोबा त्यांच्या कारखान्यात जायला सकाळी निघायचे आणि रात्री उशिरा घरी यायचे. आजोबांचा आणि आहानचा फारसा संवाद नसायचा. पण पुष्पाआजी दिवसभर घरात असायची. आहानला फिरायला घेऊन जायची. आहान आणि पुष्पाआजी मॉलमध्ये खरेदी करायला जायचे. आहान मागेल ते आजी लाडाने, कौतुकाने त्याला घेऊन द्यायची. कधी व्हिडिओ गेम, कधी पुस्तकं, तर कधी चेसचा पट, कधी ड्रॉइंगचं सामान. पुष्पाआजीला आपल्या गुणी नातवाचा फार अभिमान! बाबांबरोबर दर गुरुवारी सिंहगडला जाणारा आहान सिंहगड अवघ्या ४० मिनिटांत चढतो म्हणून आजीला कोण कौतुक! मैत्रिणींना ती सांगे, ''अगं, सिंहगड चढायला मला चांगले दोन-अडीच तास लागतात, पण आमचा बारा वर्षांचा आहान पटपट चढून कधीच वर पोहोचतो, बरं का!''

आहान खरोखरच गुणी मुलगा होता. अभ्यासाबरोबरच तो खेळातही हुशार होता. आपली चिकाटी, सराव, योग्य मार्गदर्शन यामुळे आहान एवढ्या लहान वयात नॅशनल लेव्हलला टेनिस खेळू लागला होता. आजी-आजोबा, आईबाबा आणि इतर नातेवाईक साऱ्यांनाच आहानचं फार कौतुक.

आहान नेहमीप्रमाणे खेळून दिवेलागणीला भूक-भूक करत घरी आला. ''आजी, वाढ गं जेवायला. मला फार भूक लागली.'' तो हातपाय धुताना ओरडून म्हणाला.

''होय रे राजा, झालाय सगळा स्वयंपाक. वाढते हं!'' म्हणत पुष्पाआजीने आहानसाठी ताट वाढले. तिने मुगाची उसळ केली होती. काकडीची कोशिंबीर होती. कोबीची भाजी, गरम पोळी, ताक आणि वरणाची वाटी. जेवण पाहून आहान वैतागला.

''हे काय गं आजी? रोजरोज काय भाजी-पोळी देतेस? मला नाही आवडत. मला पिझ्झा किंवा बर्गर दे. निदान पावभाजी तरी दे. मी नाही रोज असलं जेवण जेवणार. त्यापेक्षा फॉरेनला जाईन. तिथं नसते पोळी न् भाजी!''

"अरे, पोळी, भाजी, वरण, भात, तूप, कोशिंबीर हा समतोल आहार आहे. तुझं वाढीचं वय आहे. शरीराचं पोषण उत्तम प्रकारे होणं गरजेचं असतं या वयात. तू खेळतोस, अभ्यास करतोस, स्पर्धेत भाग घेतोस. त्यासाठी शरीराला ऊर्जेची, ताकदीची गरज असते. काय मिळतं रे शरीराला त्या बर्गर, पिझ्झामधून? त्या तसल्या फास्ट फूडचा उंची, वजन, ताकद सगळ्यांवर वाईट परिणाम होतो." पुष्पाआजी समजुतीच्या स्वरात म्हणाली.

आहानने विचार केला. पुष्पाआजी कधीच चुकीचं सांगत नाही. आपली खूप काळजी घेते. आपल्याबरोबर टेनिस मॅचसाठी नाशिकलासुद्धा आली होती. आपल्यावर इतकं प्रेम करणारी आजी नक्कीच बरोबर सांगत असणार.

तो म्हणाला, "हं, मी यापुढे रोज पोळी-भाजी तक्रार न करता खात जाईन. पण आजी, कधीतरी खाईन हं फ्राईज, बर्गर, पिझ्झा...!"

"कधीतरी चालतं रे सोन्या," पुष्पाआजी हसून म्हणाली.

आपल्या शरीराला कोणत्या प्रकारच्या अन्नाची गरज आहे, याचा विचार प्रत्येकाने केला पाहिजे. चटपटीत, चमचमीत खाद्यपदार्थाचा आपल्या शरीरावर दुष्परिणाम होण्याची शक्यता असते.

संकल्प : मी फास्टफूडऐवजी रोज नीट जेवण घेईन.

म्हातारा हत्ती आणि नताशा

नताशा आई, बाबा आणि काका-काकूंबरोबर बांधवगडला सहलीला गेली होती. तिथे तिने एक ऐंशी वर्षांचा जख्ख म्हातारा हत्ती पाहिला. तिला फार वाईट वाटलं. बिचाऱ्याचं सगळं अंग सुरकुतलेलं होतं. डोळे उदास होते. जराशीही हालचाल न करता तो तासन्‌तास एका जागी निमूट उभा असायचा. माहूत येऊन खायला द्यायचा. तेही हा हत्ती खायचा नाही. नताशाला काळजी वाटून ती थोडा चारा हातात घेऊन त्याच्या सोंडेसमोर धरायची. तेवढं मात्र तो हत्ती खायचा. नताशाच्या स्पर्शातलं प्रेम त्याला कळायचं. एवढा प्रचंड हत्ती आपल्या हातून खातो म्हटल्यावर नताशाला फार छान वाटायचं. अजिबात हालचाल न करणाऱ्या त्या हत्तीच्या पायात एक छोटंसं, गोजिरवाणं हत्तीचं पिल्लू खेळत राहायचं. प्रत्येक पायाभोवती, पायांमधून आनंदात फिरत राहायचं. त्याची

चिमुकली शेपूट मध्येच हलायची. थांबून सोंड वर करून इकडेतिकडे मजेत पाहायचं. पुन्हा त्याचा लुटुलुटु चालत खेळ सुरू व्हायचा. ते हत्तीचं चिमुकलं पिल्लू मोठ्या हत्तीला जराही घाबरत नव्हतं. मधेच ते म्हाताऱ्या हत्तीच्या पायांना ढुशा मारायचं. त्याच्या सोंडेला टक्कर द्यायचं. म्हातारा हत्ती त्या चिमुकल्याच्या सगळ्या लीला स्तब्धपणे फक्त पाहायचा. बांधवगडला चार दिवस मुक्काम होता. रोज प्रेक्षणीय स्थळं पाहायला नताशा आईबाबा, काकाकाकूंबरोबर जायची खरी, पण तिला सगळ्यात आवडणारं; बघावंसं वाटणारं, आनंद देणारं दृश्य हॉटेलच्या शेजारीच होतं. ते म्हणजे ऐंशी वर्षांच्या हत्तीच्या अवतीभोवती बागडणारं ते लहानुलं पिल्लू! मुक्काम संपून सारे परत निघाले. नताशाचा पाय हॉटेलमधून काही केल्या निघेना. तिने हळूच आईच्या कानात सांगितले, "आई, आपण ते हत्तीचे पिल्लू घरी घेऊन जाऊ या ना!"

आईला हसूच आले. ती बाबांना म्हणाली, "ऐकली का लाडक्या लेकीची फर्माईश?" बाबांनी प्रश्नार्थक चेहरा केला. "अहो, ते शेजारच्या देवराईतले हत्तीचं पिल्लू घरी नेऊ या म्हणतेय."

नताशाला ते आवडलेलं पिल्लू घरी न्यायचंच होतं. त्याच्यापासून दूर राहायला ती तयार नव्हती. ती हटून बसली. आईबाबांचं, काकाकाकूंचं काहीही

ऐकून घेण्याची तिची तयारी नव्हती. बाबांनी कशीबशी तिची समजूत घातली. तिचे रडके, पाण्याने भरलेले डोळे पुसले. तिला इतर दहा प्रकारची आमिषं दाखवली. नाराज झालेल्या नताशाला घेऊन त्यांनी धावतधावत कशीबशी परतीची बस पकडली.

आवडलेली प्रत्येक गोष्ट आपल्याला मिळायलाच हवी, असा आग्रह चुकीचा आहे. प्रत्येक बाबतीत ते शक्यही नसतं. आवडलेल्या गोष्टी मनात साठवून ठेवाव्यात. आपल्या आठवणीत जाग्या ठेवाव्यात. त्या मिळाल्या नाहीत म्हणून आपलं आयुष्य दु:खी करू नये.

संकल्प : मला आवडलेली गोष्ट मी चित्रात, कॅमेऱ्यात बंद करीन.